trường học - de School	2
du lịch - de Törn	5
vận chuyển - de Transport	8
thành phố - de Stadt	10
phong cảnh - de Landschop	14
khách sạn - dat Spieslokal	17
siêu thị - de Supermarkt	20
thức uống - de Drünk	22
thức ăn - dat Eten	23
nông trại - de Buernhoff	27
nhà - dat Huus	31
phòng khách - de Wahnstuuv	33
bếp - de Köök	35
phòng tắm - de Baadstuuv	38
phòng trẻ em - de Kinnerstuuv	42
y phục - dat Tüüch	44
văn phòng - dat Büro	49
kinh tế - de Weertschop	51
nghề nghiệp - de Profeschonen	53
dụng cụ - dat Warktüüch	56
nhạc cụ - de Musikinstrumenten	57
vườn bách thú - de Deertenpark	59
thể thao - de Sport	62
các hoạt động - de Aktivitäten	63
gia đình - de Familje	67
cơ thể - de Lief	68
bệnh viện - dat Krankenhuus	72
cấp cứu - de Nootfall	76
trái đất - de Eerd	77
đồng hồ - de Klock	79
tuần lễ - de Week	80
năm - dat Johr	81
hình dạng - de Formen	83
màu sắc - de Farven	84
đối lập - de Gegendelen	85
con số - de Tallen	88
các ngôn ngữ - de Spraken	90
ai / cái gì / như thế nào - wokeen / wat / wo	91
ở đâu - wo	92

Impressum
Verlag: BABADADA GmbH, Nedderfeld 112 , 22529 Hamburg
Geschäftsführer / Verlagsleitung: Harald Hof
Druck: Books on Demand GmbH, In de Tarpen 42, 22848 Norderstedt

Imprint
Publisher: BABADADA GmbH, Nedderfeld 112 , 22529 Hamburg, Germany
Managing Director / Publishing direction: Harald Hof
Print: Books on Demand GmbH, In de Tarpen 42, 22848 Norderstedt, Germany

trường học
de School

phòng học
de Klassenstuuv

chia
delen

186/2

bảng viết
de Tafel

sân trường
de Schoolhoff

giáo viên
de Schoolmeester

giấy
dat Papeer

viết
schrieven

cây bút
de Sticken

bàn làm việc
de Schrievdisch

cây thước
dat Lienholt

sách
dat Book

học sinh
de Schöler

cặp đeo vai học sinh

de Ranzel

hộp đựng bút

de Feddermapp

bút chì

de Bleesticken

cái gọt bút chì

de Scharpmaker

cục tẩy

dat Radeergummi

tập giấy vẽ

de Tekenblock

bản vẽ
de Teken

cọ vẽ
de Pinsel

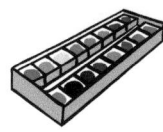

hộp mực vẽ
de Malkassen

cây kéo
de Scheer

keo dán
de Klever

sách bài tập
dat Heft to'n Öven

bài tập ở nhà
de Huusopgaav

12

số
de Tall

2+2

cộng
tohooptellen

5-2

trừ
aftrecken

2×2

nhân
malnehmen

tính toán
reken

A

chữ cái
de Bookstaav

ABCDEFG
HIJKLMN
OPQRSTU
VWXYZ

bảng chữ cái
dat ABC

hello

từ
dat Woort

văn bản

de Text

đọc

lesen

phấn viết

de Kried

bài học

de Stunn

sổ lớp

dat Klassenbook

thi kiểm tra

de Pröven

chứng chỉ

dat Tüügnis

đồng phục học sinh

de Schooluniform

giáo dục

de Utbillen

từ điển bách khoa

dat Nakieksel

đại học

de Universität

kính hiển vi

dat Mikroskop

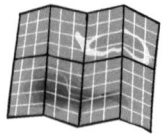

bản đồ

de Koort

thùng rác giấy

de Papeerkorf

trường học - de School

du lịch
de Törn

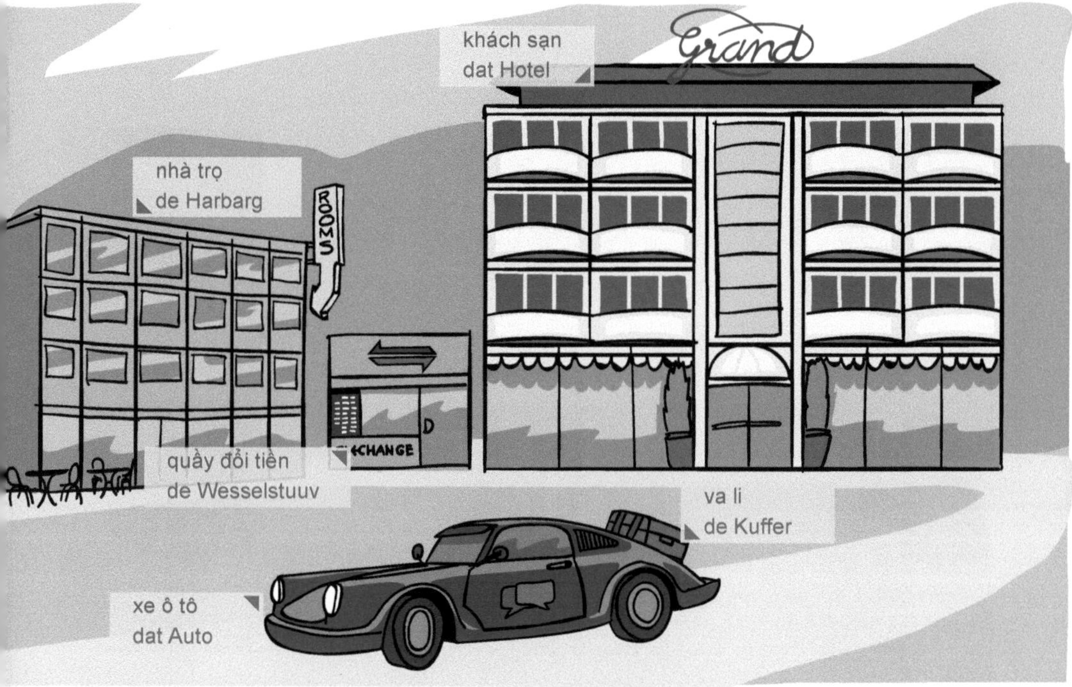
khách sạn
dat Hotel
nhà trọ
de Harbarg
ROOMS
EXCHANGE
quầy đổi tiền
de Wesselstuuv
va li
de Kuffer
xe ô tô
dat Auto

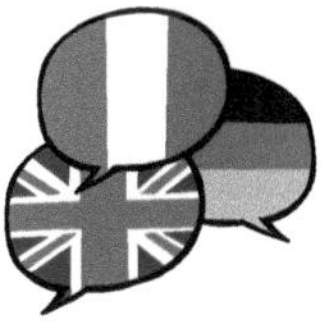

ngôn ngữ

de Spraak

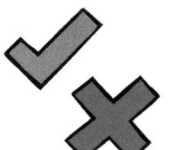

có / không

jo / ne

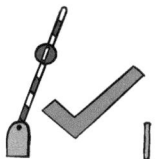

ô kê

Jo

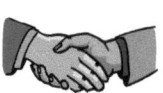

Xin chào

Moin

thông dịch viên

de Översetter

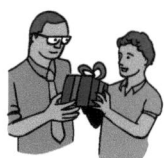

cám ơn

Dank ok

… bao nhiêu tiều?

Wat kost…?

tôi không hiểu

Ik verstah nich

vấn đề

dat Problem

Xin chào! (buổi tối)

Goden Avend

xin chào! (buổi sáng)

Moin!

chúc ngủ ngon!

Gode Nacht!

tạm biệt

Tschüüs

hướng đi

de Richt

hành lý

de Bagaasch

túi xách

de Tasch

túi ba lô

de Rüchsack

khách

de Gast

phòng

de Stuuv

túi ngủ

de Slaapsack

lều

dat Telt

thông tin du lịch

de Touristeninformatschoon

bãi biển

de Strand

thẻ tín dụng

de Kreditkoort

ăn sáng

dat Fröhstück

ăn trưa

dat Meddageten

ăn tối

dat Avendeten

vé xe

de Fohrkort

thang máy

de Fohrstohl

tem bưu điện

de Breefmark

biên giới

de Grenz

hải quan

de Toll

đại sứ quán

de Bottschop

thị thực

dat Visum

hộ chiếu

de Pass

vận chuyển

de Transport

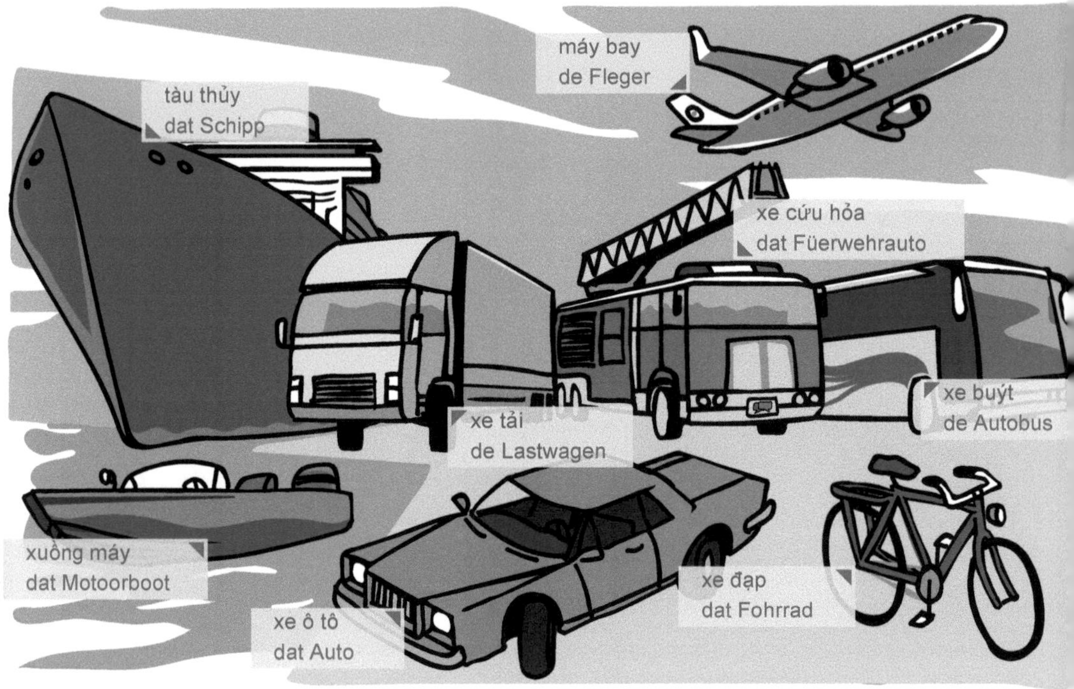
máy bay
de Fleger
tàu thủy
dat Schipp
xe cứu hỏa
dat Füerwehrauto
xe buýt
de Autobus
xe tải
de Lastwagen
xuồng máy
dat Motoorboot
xe đạp
dat Fohrrad
xe ô tô
dat Auto

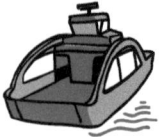

phà

de Fähr

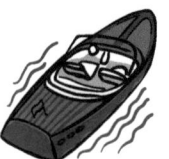

xuồng

dat Boot

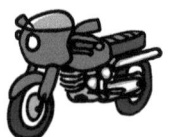

xe máy

dat Motoorrad

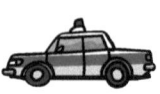

xe cảnh sát

dat Polizeiauto

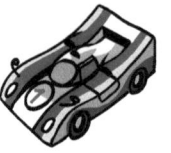

xe đua

dat Rönnauto

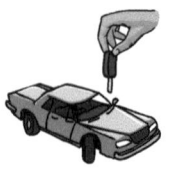

xe cho thuê

de Lehnwagen

dịch vụ thuê xe tự lái

dat Carsharing

xe kéo cứu hộ

de Afsleepwagen

xe rác

dat Müllauto

động cơ

de Motoor

xăng

de Kraftstoff

trạm xăng

de Tanksteed

biển báo giao thông

dat Verkehrsschild

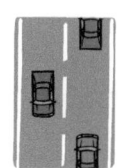

giao thông

de Verkehr

ách tắc giao thông

de Stau

bãi đậu xe

de Afstellplatz

nhà ga

de Bahnhoff

đường ray

de Sporen

xe lửa

de Tog

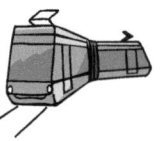

tàu điện

de Stratenbahn

toa xe

de Wagon

máy bay trực thăng

de Dwarsmöhl

sân bay

de Flooghaven

tháp

de Tower

hành khách

de Fohrgast

côngtenơ

de Grootkist

thùng các-tông

de Karton

xe đẩy

de Koor

cái giỏ

de Korf

cất cánh / hạ cánh

starten / lannen

thành phố
de Stadt

làng

dat Dörp

trung tâm thành phố

de Binnenstadt

nhà

dat Huus

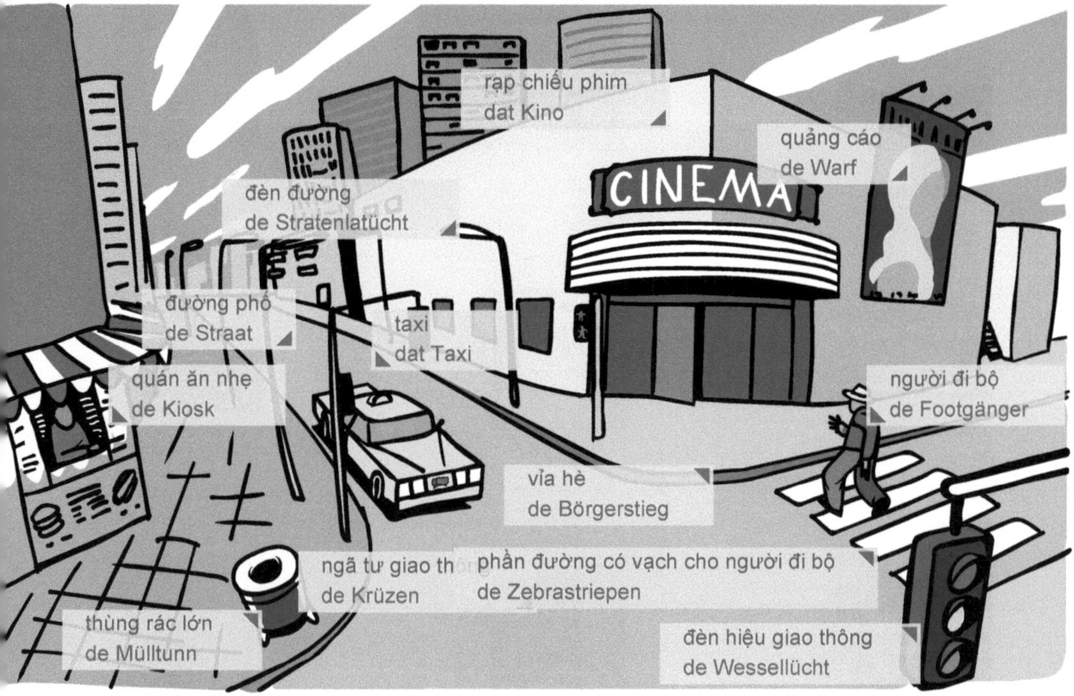
rạp chiếu phim
dat Kino
CINEMA
quảng cáo
de Warf
đèn đường
de Stratenlatücht
đường phố
de Straat
taxi
dat Taxi
quán ăn nhẹ
de Kiosk
người đi bộ
de Footgänger
vỉa hè
de Börgerstieg
ngã tư giao th
de Krüzen
phần đường có vạch cho người đi bộ
de Zebrastriepen
thùng rác lớn
de Mülltunn
đèn hiệu giao thông
de Wessellücht

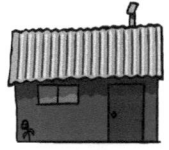

nhà chòi

de Hütt

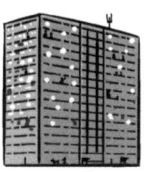

căn hộ

de Wahnung

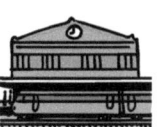

nhà ga

de Bahnhoff

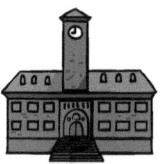

tòa thị chính

dat Raathuus

MUSEUM

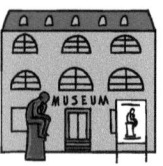

viện bảo tàng

dat Museum

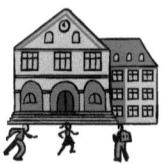

trường học

de School

đại học

de Universität

ngân hàng

de Bank

bệnh viện

dat Krankenhuus

khách sạn

dat Hotel

hiệu thuốc

de Afteek

văn phòng

dat Büro

hiệu sách

de Bookhökerie

cửa hiệu

de Hökerie

cửa hiệu bán hoa

de Blomenhökerie

siêu thị

de Supermarkt

chợ

de Markt

cửa hàng bách hóa

dat Koophuus

người bán cá

de Fischhökerie

trung tâm mua bán

dat Inkoopszentrum

bến cảng

de Haven

công viên

de Parkanlaag

ghế băng

de Bank

cầu

de Brüch

cầu thang

de Trepp

tàu điện ngầm

de Ünnergrundbahn

đường hầm

de Tunnel

trạm xe buýt

de Busstoppsteed

quán bar

de Bar

khách sạn

dat Spieslokal

hòm thư công cộng

de Breefkassen

bảng hiệu đường

dat Stratenschild

đồng hồ đậu xe

de Parkklock

vườn bách thú

de Deertenpark

bể bơi

de Baadanstalt

nhà thờ Hồi giáo

de Moschee

nông trại

de Buernhoff

ô nhiễm môi trường

de Ümweltversmudden

nghĩa trang

de Karkhoff

nhà thờ

de Kark

sân chơi

de Speelplatz

ngôi đền

de Tempel

phong cảnh
de Landschop

lá cây
dat Blatt

bảng chỉ đường
de Wiespahl

lối đi
de Weg

bãi cỏ
de Wisch

hòn đá
de Steen

cây
de Boom

người đi bộ đường dài
de Wannerer

sông
de Fluss

cỏ
dat Gras

bông hoa
de Bloom

thung lũng
dat Daal

đồi
de Barg

hồ nước
de See

rừng
dat Holt

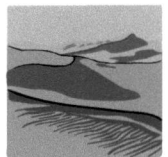

sa mạc
de Wööst

núi lửa
de Füerspien Barg

lâu đài
dat Slott

cầu vồng
de Regenbagen

nấm
de Poggenstohl

cây cọ
de Palm

con muỗi
de Steekmück

con ruồi
de Fleeg

con kiến
de Miegeemk

con ong
de Imm

con nhện
de Spinn

bọ cánh cứng

de Sebber

con ếch

de Pogg

con sóc

de Katteker

con nhím

de Swienegel

con thỏ

de Haas

con cú

de Uul

con chim

de Vagel

thiên nga

de Swaan

heo rừng

dat Wildswien

con hươu

de Hirsch

nai sừng tấm

de Elk

đê

de Staudamm

tuabin gió

dat Windrad

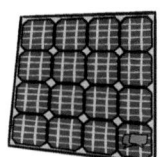

tấm năng lượng mặt trời

dat Solarmodul

khí hậu

dat Klima

khách sạn
dat Spieslokal

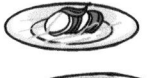

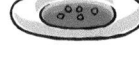

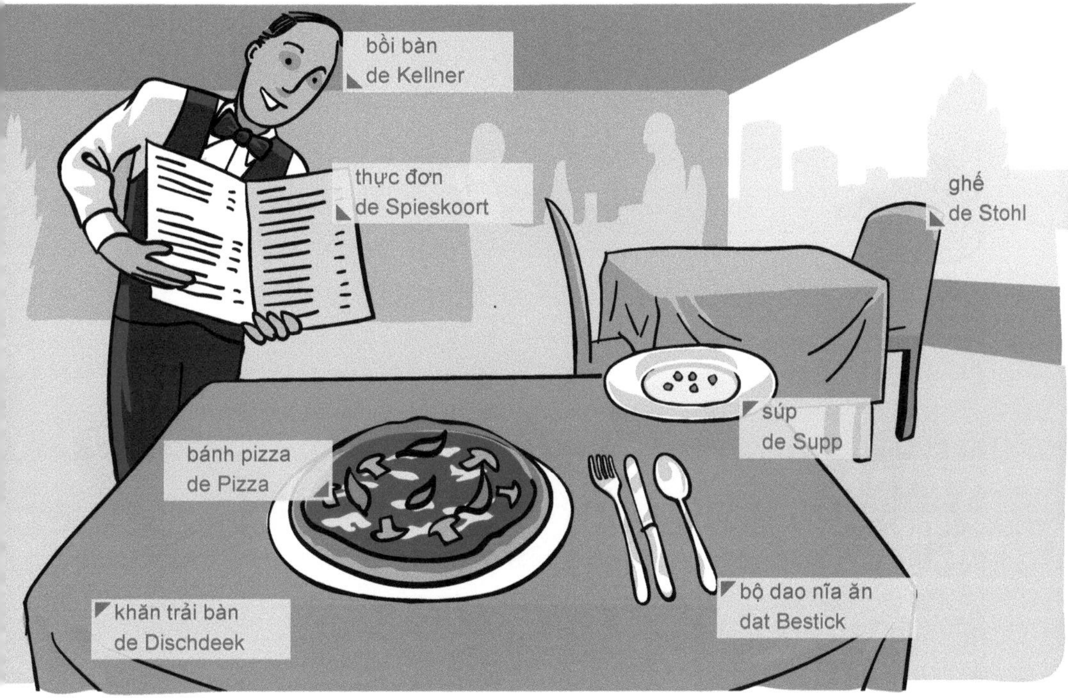
bồi bàn
de Kellner
thực đơn
de Spieskoort
ghế
de Stohl
súp
de Supp
bánh pizza
de Pizza
khăn trải bàn
de Dischdeek
bộ dao nĩa ăn
dat Bestick

món ăn khai vị

de Vörspies

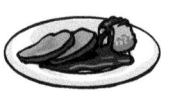

món ăn chính

dat Haupteten

món tráng miệng

de Nadisch

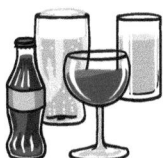

thức uống

de Drünk

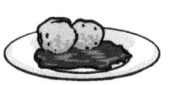

thức ăn

dat Eten

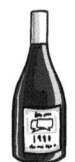

cái chai

de Buddel

thức ăn nhanh

dat Fastfood

thức ăn đường phố

dat Strateneten

ấm trà

de Teekann

hộp đường

de Zuckerdoos

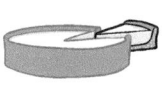

khẩu phần

de Portschoon

máy pha espresso

de Espressomaschien

ghế cao

de Hoochstohl

hóa đơn

de Reken

khay

dat Tablett

dao

dat Mess

nĩa

de Gavel

thìa

de Lepel

thìa uống trà

de Teelepel

khăn ăn

dat Munddook

cốc thủy tinh

dat Glas

đĩa

de Töller

đĩa súp

de Suppentöller

đĩa lót cốc

de Ünnertass

nước sốt

de Sooß

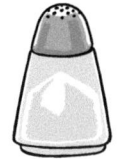

lọ muối

de Soltstreuer

cái xay tiêu

de Pepermöhl

giấm

de Etig

dầu

dat Ööl

gia vị

de Krüder

nước xốt cà chua

de Ketchup

tương hạt cải

de Mostrich

nước sốt mayonnaise

de Mayonnaise

siêu thị
de Supermarkt

chào giá đặc biệt
dat Anbott
FOR
khách hàng
de Kunn
sản phẩm từ sữa
de Melkprodukten
trái cây
dat Aaft
xe đẩy mua sắm
de Inkoopswagen

BUTCHERS

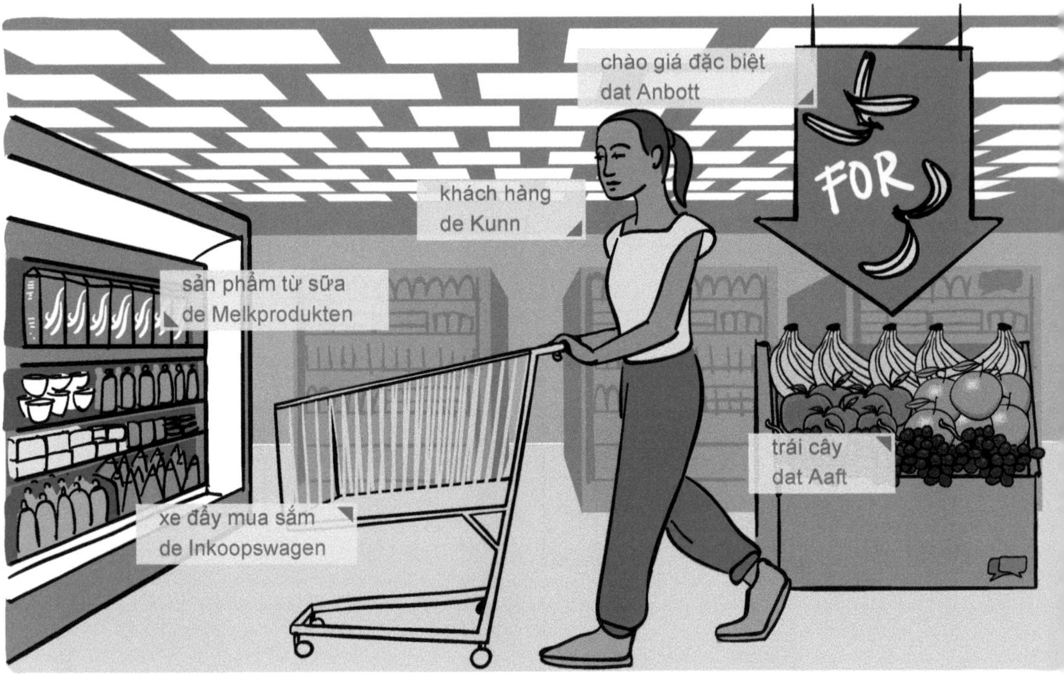

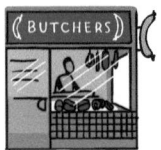

lò mổ
de Slachterie

BAKERY

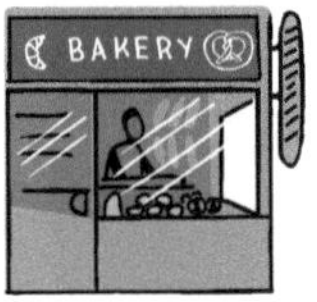

cửa hiệu bán bánh mì
de Bäckerie

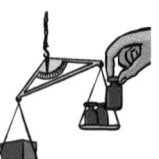

cân nặng
wegen

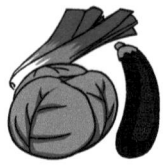

rau quả
de Gröönsaken

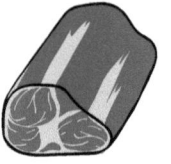

thịt
dat Fleesch

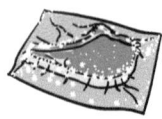

thức ăn đông lạnh
de Deepköhlkost

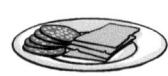

lát thịt nguội

de Opsnitt

đồ hộp

de Konserven

bột giặt

de Waschmiddel

đồ ngọt

de Snoopkraam

sản phẩm dùng trong gia đình

de Huushooltssaken

chất tẩy rửa

de Reinmaaktüüch

người bán hàng

de Verköpersche

quầy trả tiền

de Kass

nhân viên thu ngân

de Kasserer

danh sách mua sắm

de Inkoopslist

giờ mở cửa

de Opsparrtieden

ví tiền

de Breeftasch

thẻ tín dụng

de Kreditkoort

túi đeo

de Tasch

túi ny lông

de Plastiktüüt

nước
....
dat Water

nước quả ép
....
de Saft

sữa
....
de Melk

coca-cola
....
de Cola

rượu vang
....
de Wien

bia
....
dat Beer

cồn
....
de Spriet

cacao
....
de Kakao

trà
....
de Tee

cà phê
....
de Koffie

espresso
....
de Espresso

cappuccino
....
de Cappucino

chuối

de Banaan

quả táo

de Appel

quả cam

de Appelsien

dưa hấu

de Meloon

chanh

de Zitroon

cà rốt

de Wöttel

tỏi

de Knuuvlook

tre

de Bambus

củ hành

de Zibbel

nấm

de Poggenstohl

hạt dẻ

de Nööt

mì

de Nudeln

mì spaghetti

de Spaghetti

cơm

de Ries

xà lách

de Salat

khoai tây chiên

de Pommes frites

khoai tây chiên

de Braadkantüffeln

bánh pizza

de Pizza

bánh hamburger

de Hamborger

bánh mì sandwich

dat Sandwich

thịt côtlet

dat Snitzel

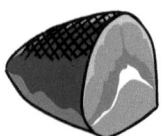

thịt giăm bông

de Schinken

xúc xích

de Salami

dồi

de Wust

gà

dat Hohn

rán

de Braden

cá

de Fisch

cháo yến mạch

de Haverflocken

cháo muesli

dat Müsli

bánh bột ngô nướng

de Cornflakes

bột mì

dat Mehl

bánh sừng bò

de Croissant

bánh mì

dat Rundstück

bánh mì

dat Broot

bánh mì nướng

dat Toast

bánh bích quy

de Keksen

bơ

de Botter

sữa đông

de Quark

bánh ngọt

de Koken

trứng

dat Ei

trứng rán

dat Spegelei

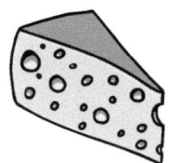

pho mát

de Kees

thức ăn - dat Eten

kem

de Ies

đường

de Zucker

mật ong

de Honnig

mứt

de Marmelaad

kem nougat

de Nougat-Creme

cà ri

dat Curry

thức ăn - dat Eten

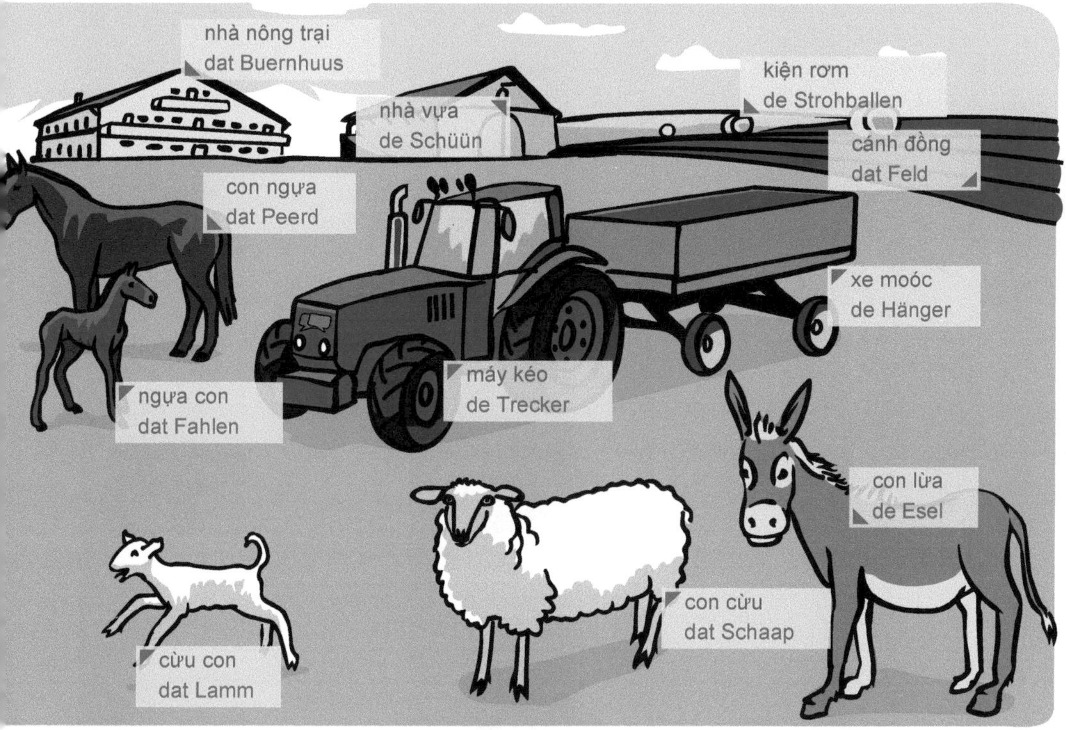

nhà nông trại
dat Buernhuus

kiện rơm
de Strohballen

nhà vựa
de Schüün

cánh đồng
dat Feld

con ngựa
dat Peerd

xe moóc
de Hänger

máy kéo
de Trecker

ngựa con
dat Fahlen

con lừa
de Esel

con cừu
dat Schaap

cừu con
dat Lamm

con dê	con bò	con bê

de Zeeg	de Koh	dat Kalf

con lợn	lợn con	bò đực

dat Swien	dat Farken	de Bull

con ngỗng

de Goos

con vịt

de Aant

gà con

dat Küken

gà mái

dat Hohn

gà trống

de Hahn

con chuột

de Rott

mèo

de Katt

chuột nhắt

de Muus

bò đực

de Oss

con chó

de Hund

nhà chuồng chó

de Hunnenhütt

ống tưới vườn cây

de Goornslauch

thùng tưới cây

de Geetkann

lưỡi hái

de Lee

cái cày

de Ploog

nông trại - de Buernhoff

cái liềm

de Sich

cái cuốc

de Hack

cái chĩa

de Mestfork

cái rìu

de Ext

xe cút kít

de Schuufkoor

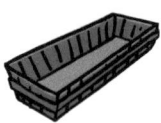

máng ăn

de Trog

lọ sữa

de Melkkann

bao tải

de Sack

hàng rào

de Tuun

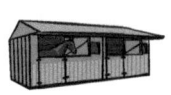

chuồng

de Stall

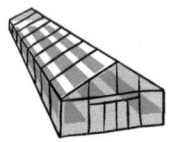

nhà kính trồng cây

dat Drievhuus

đất trồng

de Bodden

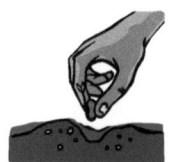

hạt giống

de Saat

phân bón

de Dünger

máy gặt đập liên hợp

de Meihdöscher

thu hoạch

oornen

mùa thu hoạch

de Oorn

khoai lang

de Yamswöttel

lúa mì

de Weten

đậu nành

dat Soja

khoai tây

de Kantüffel

ngô

de Törksche Weten

hạt cải dầu

de Rapp

cây ăn trái

de Aaftboom

sắn

de Troopsch Kantüffel

ngũ cốc

dat Koorn

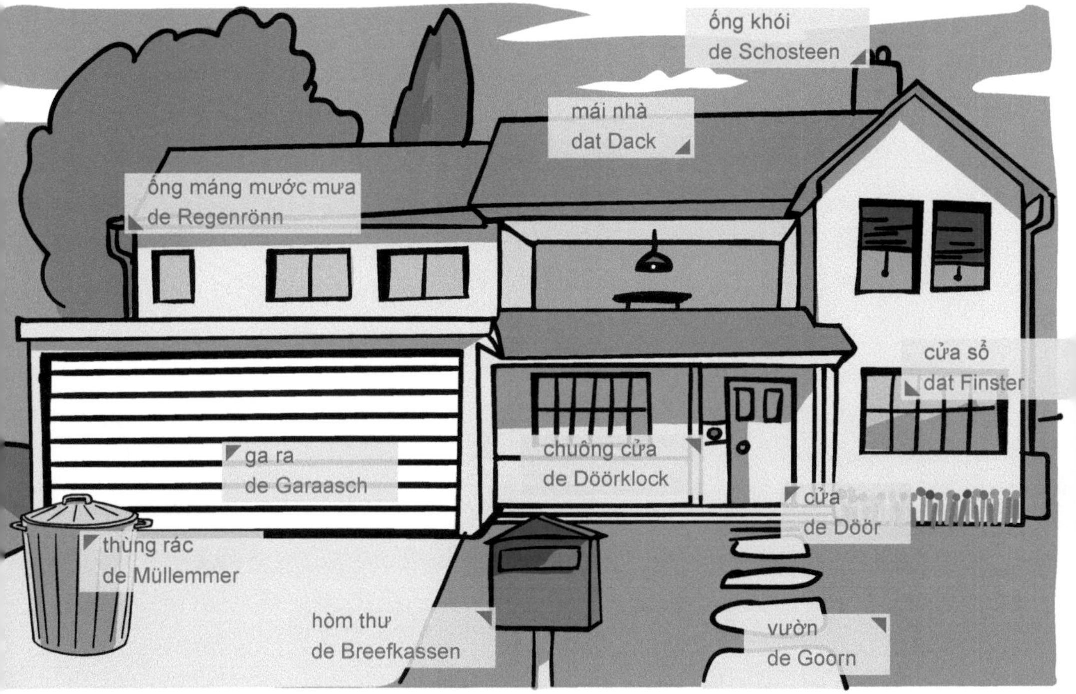

ống khói
de Schosteen

mái nhà
dat Dack

ống máng mước mưa
de Regenrönn

cửa sổ
dat Finster

ga ra
de Garaasch

chuông cửa
de Döörklock

cửa
de Döör

thùng rác
de Müllemmer

hòm thư
de Breefkassen

vườn
de Goorn

phòng khách

de Wahnstuuv

phòng tắm

de Baadstuuv

bếp

de Köök

phòng ngủ

de Slaapstuuv

phòng trẻ em

de Kinnerstuuv

phòng ăn

de Eetstuuv

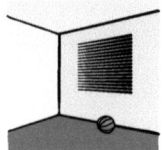

nền nhà

de Footbodden

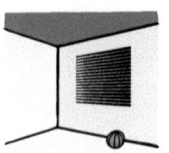

tường

de Wand

trần nhà

de Deek

tầng hầm

de Keller

tắm hơi

dat Hittluftbad

ban công

de Balkon

sân hiên

de Terrass

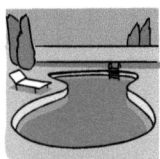

bể bơi

dat Swümmbad

máy cắt cỏ

de Rasenmeiher

khăn trải giường

de Bettbetog

khăn trải giường

de Bettdeek

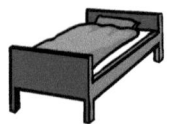

giường

de Puuch

chổi

de Bessen

cái xô

de Emmer

công tắc điện

de Schalter

phòng khách
de Wahnstuuv

giấy dán tường
de Tapeet
hình ảnh
dat Bild
đèn
de Lamp
cái kệ
dat Regal
tủ
dat Schapp
ti vi
de Kiekkassen
lò sưởi
de Kamin
bông hoa
de Bloom
gối
dat Küssen
ghế sofa
dat Sofa
bình hoa
de Vaas
điều khiển từ xa
de Feernbedenen

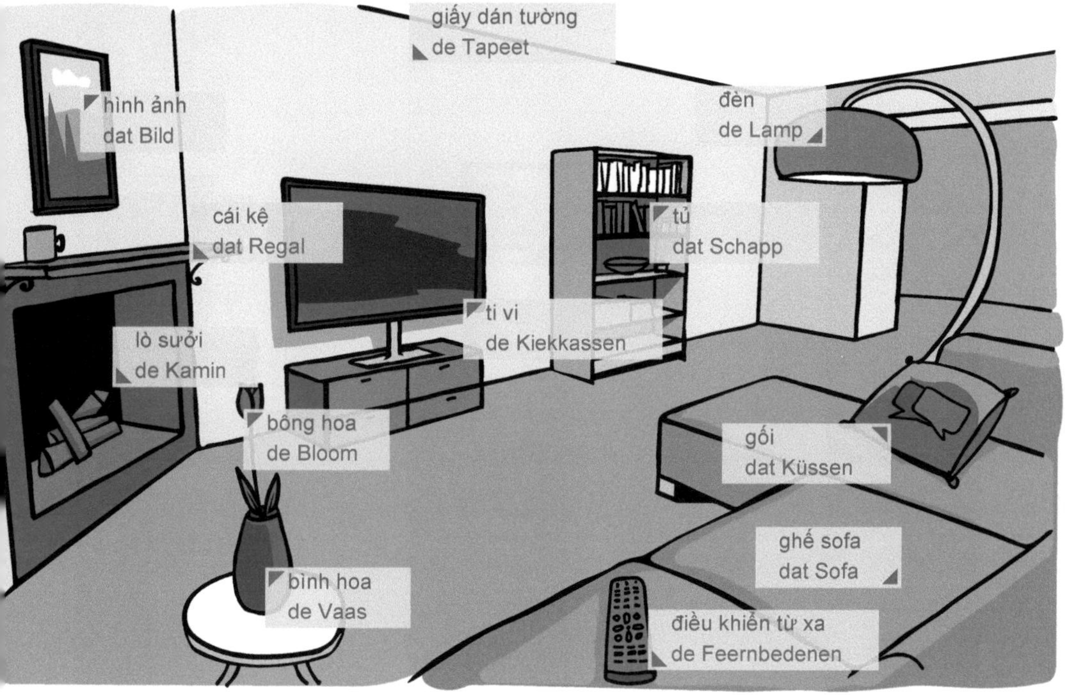

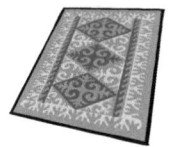

thảm

de Teppich

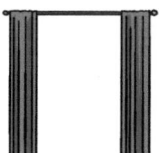

rèm

de Vörhang

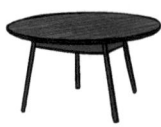

cái bàn

de Disch

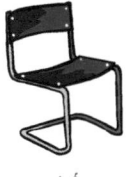

ghế

de Stohl

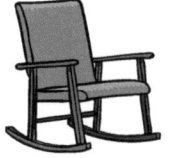

ghế bập bênh

de Schuckelstohl

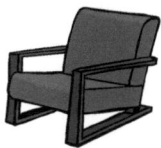

ghế bành

de Sessel

sách

dat Book

cái chăn

de Deek

đồ trang trí

de Dekoratschoon

củi

dat Füerholt

phim

de Film

máy hi-fi

de Stereoanlaag

chìa khóa

de Slötel

báo

dat Narichtenblatt

bức tranh

dat Gemälde

áp phích

dat Poster

radio

dat Radio

sổ ghi chép

de Opschrievblock

máy hút bụi

de Huulbessen

cây xương rồng

de Kaktus

cây nến

de Kars

bếp
de Köök

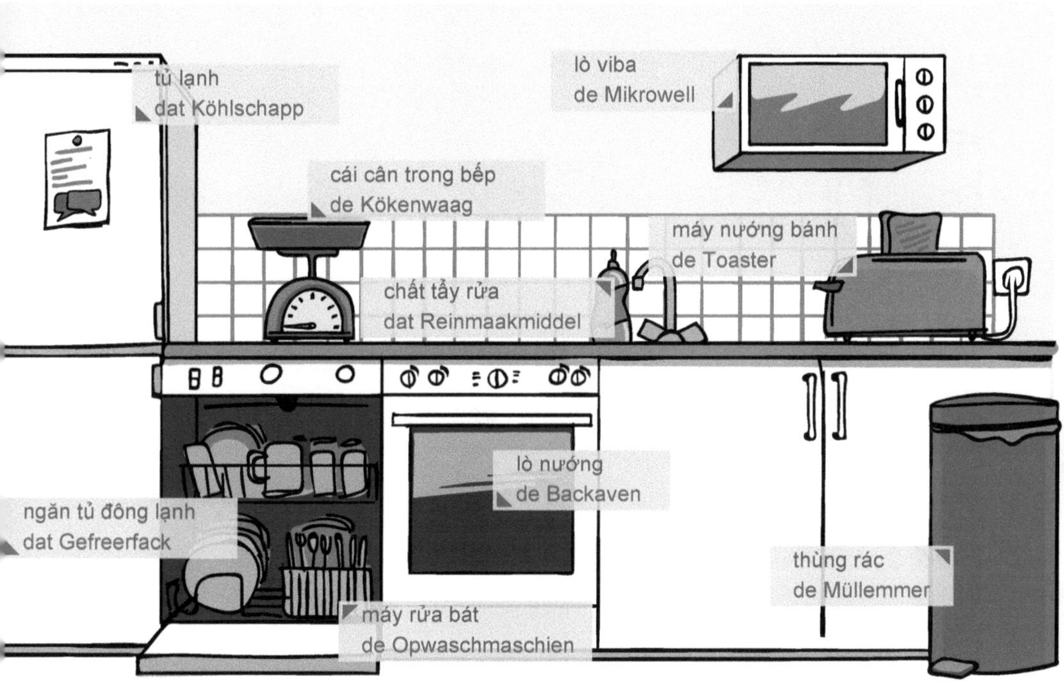
tủ lạnh
dat Köhlschapp
lò viba
de Mikrowell
cái cân trong bếp
de Kökenwaag
máy nướng bánh
de Toaster
chất tẩy rửa
dat Reinmaakmiddel
lò nướng
de Backaven
ngăn tủ đông lạnh
dat Gefreerfack
thùng rác
de Müllemmer
máy rửa bát
de Opwaschmaschien

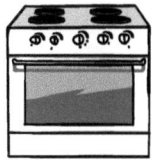

lò nấu
de Heerd

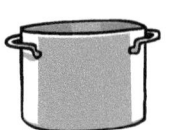

nồi
de Pott

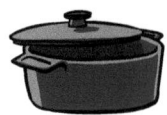

nồi sắt
de Gussiesern Putt

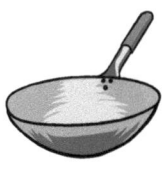

chảo
de Wok / Kadai

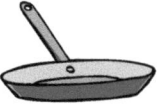

chảo
de Pann

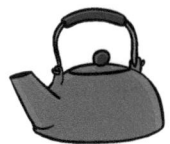

ấm đun nước
de Waterkaker

nồi đun hơi

de Dampkaakputt

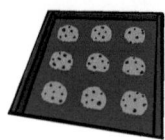

khay lò nướng

dat Backblick

bát đĩa

dat Geschirr

cốc

de Beker

cái bát

de Schaal

đũa

de Eetsticken

cái vá

de Suppenkell

bàn xẻng

de Pannenwenner

que đánh kem

de Sneebessen

rây dùng trong bếp

dat Kaakseef

cái rây lọc

dat Seef

cái nạo

de Riev

vữa

de Mörser

vỉ nướng

de Grill

ngọn lửa trần

de Füerstell

cái thớt

dat Sniedbrett

trục cán bột

dat Nudelholt

cái mở nút chai

de Proppentrecker

vỏ đồ hộp

de Doos

cái mở vỏ đồ hộp

de Dosenaapner

miếng nhấc nồi

de Pottlappen

bồn rửa bát

dat Waschbecken

bàn chải

de Böst

miếng xốp

de Swamm

máy xay

de Mixer

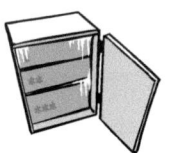

tủ đông lạnh

dat Iesschapp

bình sữa cho trẻ sơ sinh

de Nuckelbuddel

vòi nước

de Waterhahn

bếp - de Köök

phòng tắm
de Baadstuuv

vòi hoa sen
de Bruus

lò sưởi
de Heizung

khăn lau
dat Handdook

rèm che ngăn tắm
de Bruusvörhang

tắm bọt
dat Schuumbad

bồn tắm
de Baadwann

cốc thủy tinh
dat Glas

máy giặt
de Waschmaschien

gạch lát
de Fliesen

vòi nước
de Waterhahn

cái bô
de lütte Putt

bồn rửa bát
dat Waschbecken

bồn cầu
de Tante Meier

bồn cầu ngồi xổm
de Hockklo

bồn rửa hậu môn
dat Bidet

bồn tiểu tiện
dat Miegbecken

giấy vệ sinh
dat Klopapeer

bàn chải cọ bồn cầu
de Kloböst

bàn chải đánh răng

de Tähnböst

kem đánh răng

de Tähnpast

chỉ nha khoa

de Tähnsied

rửa

waschen

vòi sen cầm tay

de Handbruus

vòi rửa hậu môn

de Intimbruus

bồn rửa

de Waschschöttel

bàn chải cọ lưng

de Rüchböst

xà phòng

de Seep

sữa tắm

dat Bruusgeel

dầu gội

dat Hoorwaschmiddel

khăn cọ để tắm

de Waschlappen

lỗ thoát nước

de Afloop

kem

de Creme

chất khử mùi

dat Deodorant

gương

de Spegel

gương tay

de Kosmetikspegel

dao cạo râu

de Raserer

kem cạo râu

de Raseerschuum

nước thơm dùng sau khi cạo râu

dat Raseerwater

cái lược

de Kamm

bàn chải

de Böst

máy xấy tóc

de Hoordröger

keo xịt tóc

dat Hoorspray

đồ trang điểm

de Smink

thỏi son môi

de Lippensticken

sơn bôi móng

de Nagellack

bông

de Watt

kéo cắt móng

de Nagelscheer

nước hoa

dat Rüükwater

túi đựng đồ tắm

de Kulturbüdel

ghế đẩu

de Schemel

cái cân

de Waag

áo choàng tắm

de Baadmantel

găng tay làm vệ sinh

de Gummihanschen

nút gạc

de Tampon

băng vệ sinh

de Damenbinn

nhà vệ sinh hóa chất

dat Chemieklo

phòng trẻ em

de Kinnerstuuv

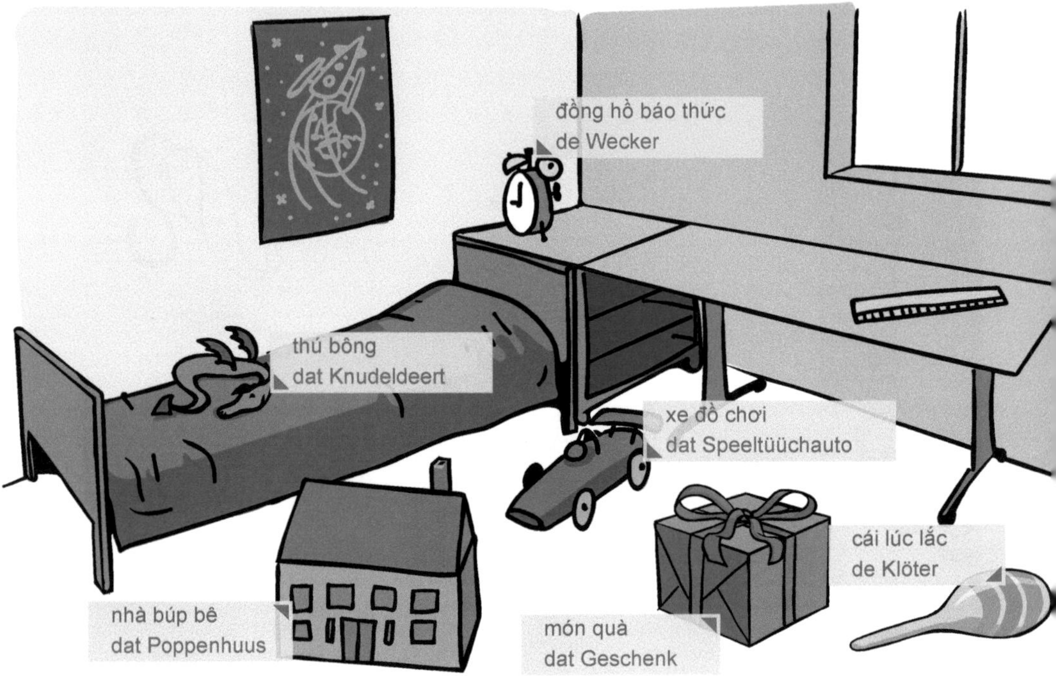
đồng hồ báo thức
de Wecker
thú bông
dat Knudeldeert
xe đồ chơi
dat Speeltüüchauto
cái lúc lắc
de Klöter
nhà búp bê
dat Poppenhuus
món quà
dat Geschenk

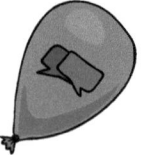

bong bóng

de Luftballon

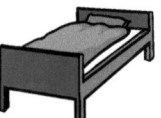

giường

de Puuch

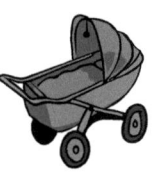

xe nôi

de Kinnerwagen

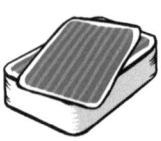

trò chơi bài

dat Koortenspeel

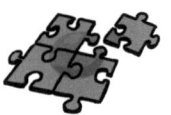

trò chơi ghép hình

dat Puzzle

truyện tranh

de Billergeschicht

gạch Lego

de Legostenen

khối xếp hình

de Bustenen

nhân vật hành động

de Action-Figur

o liền quần cho trẻ sơ sinh

de Strampelantog

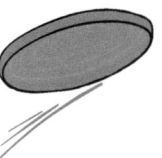

đĩa nhựa để ném

de Frisbeeschiev

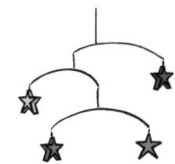

đồ chơi treo trên giường

dat Mobile

trò chơi cờ bàn

dat Brettspeel

xúc xắc

de Wörpel

đồ chơi xe lửa mô hình

de Modelliesenbahn

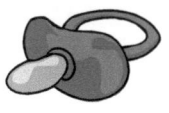

ti giả

de Snuller

buổi tiệc

de Party

sách tranh

dat Billerbook

quả bóng

de Ball

búp bê

de Popp

chơi

spelen

hố cát

de Sandkassen

cái đu

de Schuckel

đồ chơi

dat Speeltüüch

máy chơi game cầm tay

de Speelkonsool

xe ba bánh

dat Dreerad

gấu bông

de Teddyboor

tủ quần áo

dat Klederschapp

y phục
dat Tüüch

bít tất

de Socken

bít tất dài

de Strümp

quần tất

de Strumpbüx

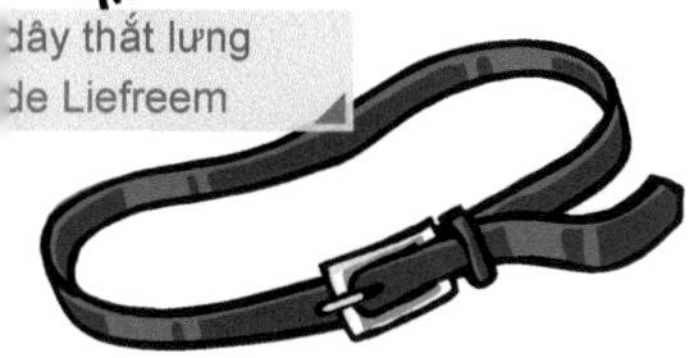

khăn choàng cổ
dat Halsdook

ô che mưa
de Paraplü

dây thắt lưng
de Liefreem

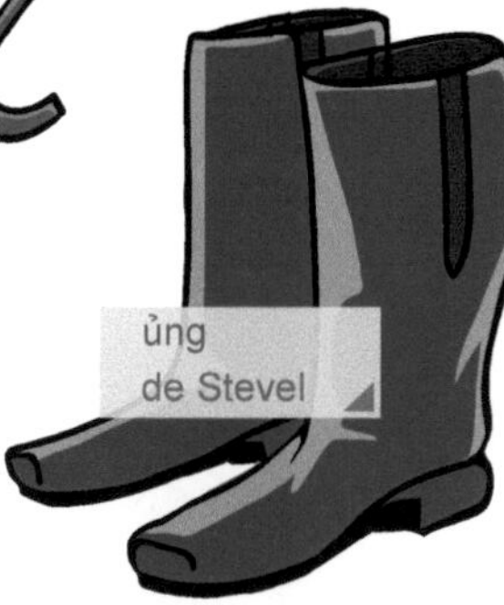

áp phông
dat T-Shirt

giày sneaker
de Turnschoh

ủng
de Stevel

dép đi trong nhà
de Puuschen

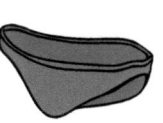

dép xăng đan
de Sandalen

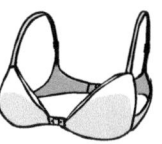

giày
de Schoh

ủng cao su
de Gummistevel

quần lót
de Ünnerbüx

áo ngực
de Bostholler

áo vest
dat Ünnerhemd

áo ôm sát cơ thể

de Lief

quần dài

de Büx

quần bò

de Jeansnüx

váy

de Rock

áo cánh

de Bluus

áo sơ mi

dat Hemd

áo len chui đầu

de Pullover

áo len

de Kapuzenpullover

áo blazer

de Blazer

áo jacket

de Jack

áo khoác

de Mantel

áo mưa

de Övertrecker

trang phục

dat Kostüm

áo váy

dat Kleed

áo cưới

dat Hochtietskleed

bộ com lê

de Antog

áo ngủ

dat Nachtkleed

pijama

de Slaapantog

trang phục sari

de Sari

khăn trùm đầu

dat Koppdook

khăn đội đầu

de Turban

áo burka

de Burka

áo captan

de Kaftan

áo aba

de Abaya

quần áo bơi

de Baadantog

quần bơi

de Baadbüx

quần đùi

de Korte Büx

quần áo tracksuit

de Antog to'n Öven

tạp dề

de Schört

găng tay

de Handschoh

cái cúc

de Knopp

kính mắt

de Brill

vòng đeo tay

dat Armband

vòng cổ

de Halskeed

nhẫn

de Ring

hoa tai

de Ohrbummel

mũ lưỡi trai

de Mütz

cái mắc treo áo quần

de Klederbögel

mũ

de Hoot

cà vạt

de Binner

dây kéo phéc mơ tuya

de Rietslüter

mũ bảo hiểm

de Helm

dây đeo quần

dat Drachtband

đồng phục học sinh

de Schooluniform

đồng phục

de Uniform

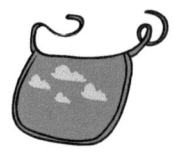

yếm trẻ em

de Severböten

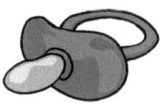

ti giả

de Snuller

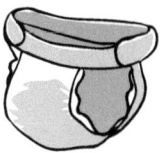

tã lót

de Winnel

văn phòng
dat Büro

máy chủ
de Server
tủ hồ sơ
dat Aktenschapp
iấy
at Papeer
máy in
de Drucker
màn hình
de Bildschirm
bàn làm việc
de Schrievdisch
chuột máy tính
de Muus
thư mục
de Orner
bàn phím
dat Knoopboord
thùng rác giấy
de Papeerkorf
máy tính
de Computer
ghế
de Stohl

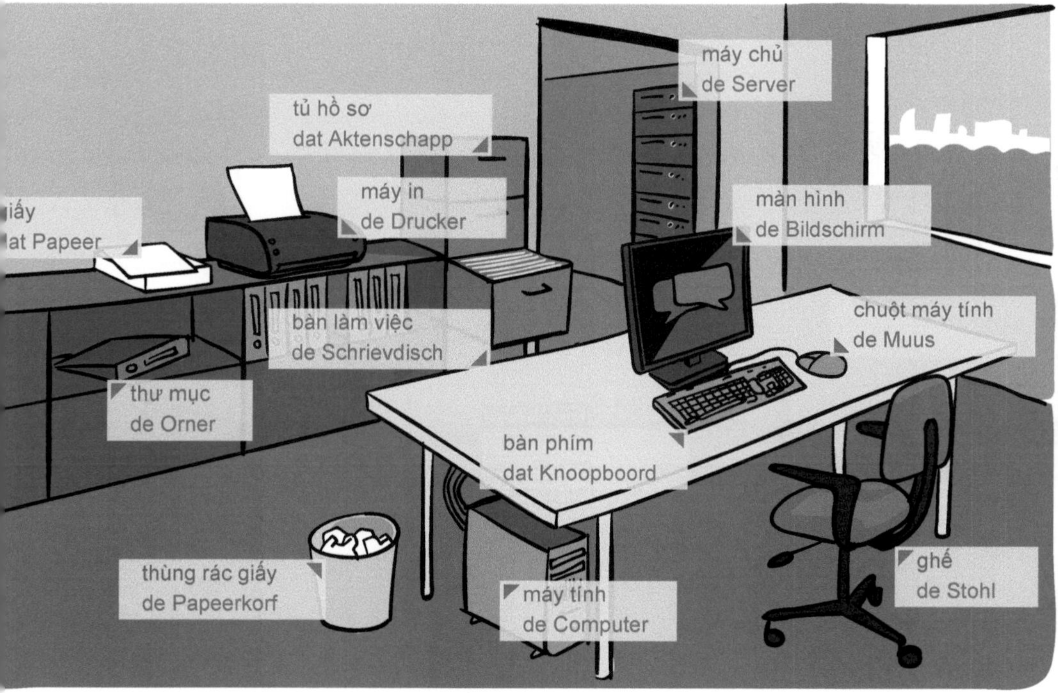

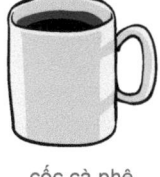

cốc cà phê

de Koffiebeker

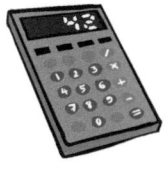

máy tính bỏ túi

de Taschenreekner

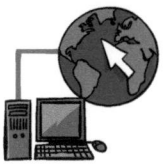

internet

dat Internet

laptop

de Klappreekner

thư

de Breef

tin nhắn

de Naricht

điện thoại di động

de Ackersnacker

mạng

dat Nettwark

máy photocopy

de Kopeerapparat

phần mềm

de Software

điện thoại

de Klöönkassen

ổ cắm điện

de Steekdoos

máy fax

de Faxapparat

mẫu đơn

dat Formulor

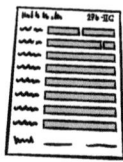

chứng từ

dat Dokument

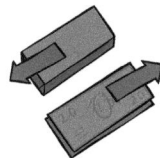

mua
köpen

trả tiền
betahlen

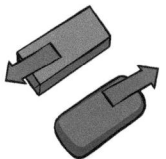

buôn bán
hanneln

tiền
dat Geld

 USD

đô la
de Dollar

 EUR

Euro
de Euro

 JPY

yên
de Yen

 RUB

rúp
de Ruvel

 CHF

franc Thụy Sĩ
de Swiezer Franken

 CNY

nhân dân tệ
de Renminbi Yuan

 INR

rupi
de Rupie

máy rút tiền tự động
de Geldautomat

quầy đổi tiền

de Wesselstuuv

vàng

dat Gold

bạc

dat Sülver

dầu

dat Ööl

năng lượng

de Energie

giá tiền

de Pries

hợp đồng

de Verdrag

thuế

de Stüer

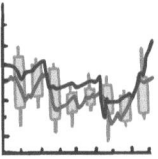

cổ phiếu

de Andeelschien

làm việc

arbeiden

nhân viên

de Anstellte

chủ lao động

de Arbeitgever

nhà máy

de Fabrik

cửa hiệu

de Hökerie

nhân viên cảnh sát
de Wachtmeester

lính cứu hỏa
de Füerwehrmann

đầu bếp
de Kock

bác sĩ
de Dokter

phi công
de Fleger

người làm vườn
de Goorner

thợ mộc
de Discher

thợ may
de Neihersche

chánh án
de Richter

nhà hóa học
de Chemiker

diễn viên
de Schauspeler

tài xế xe buýt

de Busfohrer

người lái taxi

de Taxifohrer

ngư dân

de Fischer

người lau dọn vệ sinh

de Reinmaakfru

thợ lợp mái nhà

de Dackdecker

bồi bàn

de Kellner

thợ săn

de Jäger

họa sĩ

de Maler

thợ làm bánh

de Bäcker

thợ điện

de Elektriker

thợ xây dựng

de Buarbeider

kỹ sư

de Ingenieur

người hàng thịt

de Slachter

thợ sửa ống nước

de Klempner

người đưa thư

de Postbüdel

người lính

de Suldat

kiến trúc sư

de Architekt

nhân viên thu ngân

de Kasserer

người bán hoa

de Florist

thợ cắt tóc

de Putzbüdel

nhân viên soát vé

de Schaffner

thợ cơ khí

de Mechaniker

thuyền trưởng

de Kaptein

nha sĩ

de Tähndokter

nhà khoa học

de Wetenschopler

giáo sĩ Do thái

de Rabbi

lãnh tụ Hồi giáo

de Imam

nhà sư

de Mönk

mục sư

de Paap

dụng cụ
dat Warktüüch

kìm
de Tang
cây búa
de Hamer
tua vít
de Schruvendreiher
đèn pin
de Taschenlam
cờ lê
de Schruvenslötel

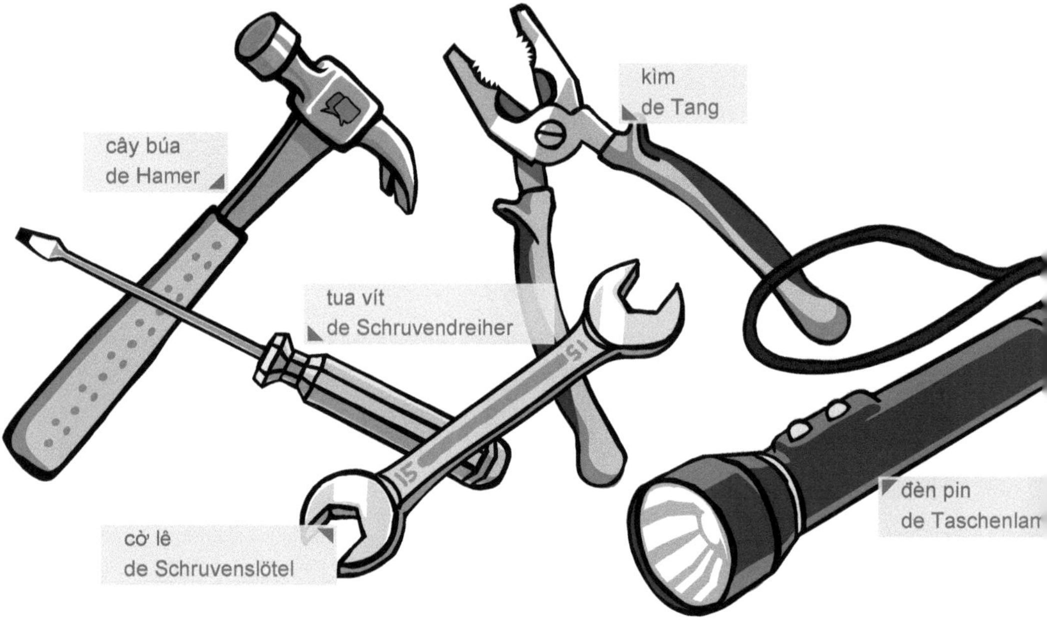

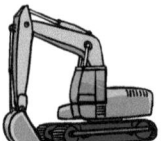

máy xúc đất

de Grieper

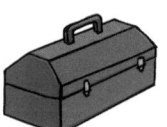

hộp dụng cụ

de Warktüüchkassen

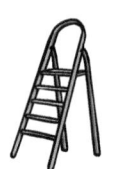

cái thang

de Ledder

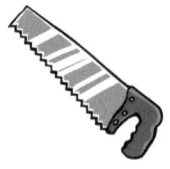

cưa

de Saag

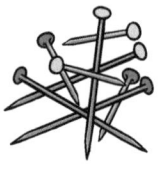

đinh

de Nagels

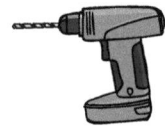

máy khoan

de Bohrer

sửa chữa
heelmaken

cái xẻng
de Schüffel

khốn nạn!
Schiet!

cái hót rác
dat Kehrblick

thùng sơn
de Farvpott

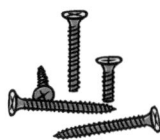

vít
de Schruven

nhạc cụ
de Musikinstrumenten

loa
de Luutsnacker

bộ trống
dat Slagtüüch

đàn ghi ta
de Rietfiedel

đàn công tra bát
de Bass-Vigelien

kèn trompet
de Trumpeet

đàn piano

dat Klaveer

đàn vĩ cầm

de Vigelien

ghi ta bass

de Bass

trống định âm

de Pauk

trống

de Trummeln

đàn organ

dat Keyboard

kèn Saxophone

dat Saxophon

sáo

de Fleut

micro

dat Mikrofoon

vườn bách thú
de Deertenpark

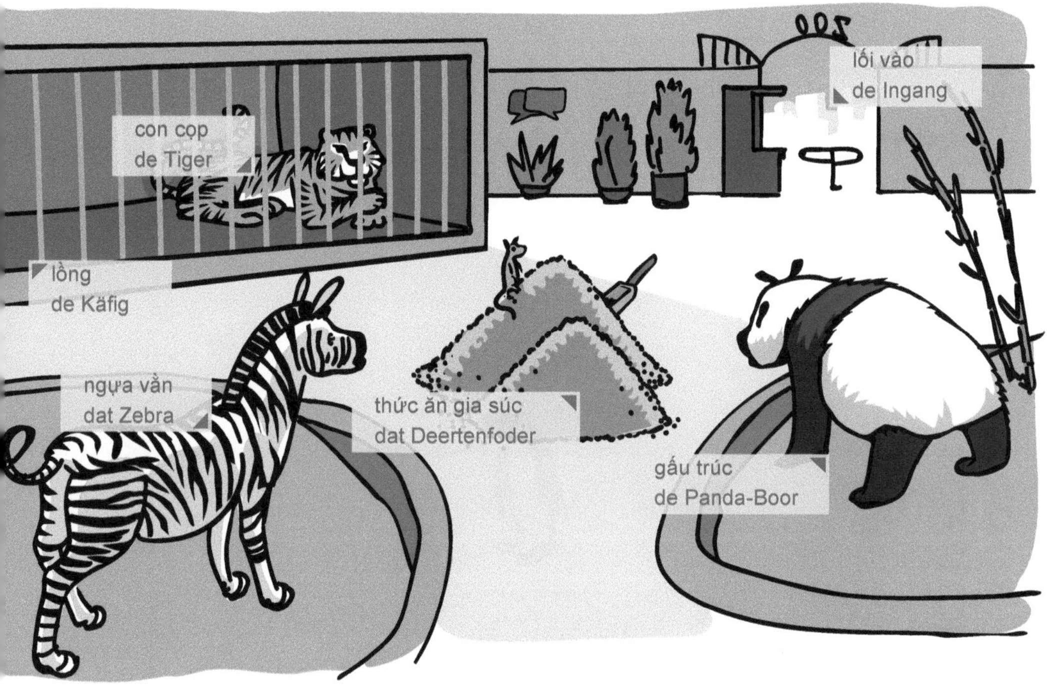
ZOO
lối vào
de Ingang
con cọp
de Tiger
lồng
de Käfig
ngựa vằn
dat Zebra
thức ăn gia súc
dat Deertenfoder
gấu trúc
de Panda-Boor

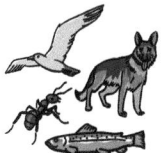

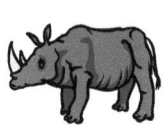

động vật

de Deerten

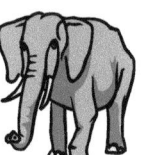

con voi

de Elefant

chuột túi

dat Känguru

tê giác

dat Neeshoorn

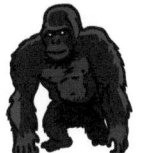

khỉ đột

de Gorilla

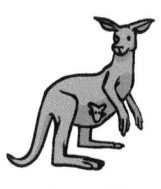

con gấu

de Boor

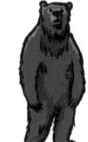

lạc đà
dat Kameel

đà điểu
de Struuß

sư tử
de Lööv

con khỉ
de Aap

hồng hạc
de Flamingo

con vẹt
de Papagoi

gấu bắc cực
de Iesboor

chim cánh cụt
de Pinguin

cá mập
de Haifisch

con công
de Pageluun

con rắn
de Slang

cá sấu
dat Krokodil

người trông giữ vườn bách
thú
de Oppasser in'n
Deertenpark

hải cẩu
de Saalhund

báo đốm
de Jaguor

ngựa lùn
dat Pony

con báo
de Leopard

hà mã
dat Nilpeerd

hươu cao cổ
de Giraff

đại bàng
de Aadler

heo rừng
dat Wildswien

cá
de Fisch

con rùa
de Schildkrööt

hải mã
dat Walross

con cáo
de Voss

linh dương
de Gazell

thể thao
de Sport

bóng bầu dục Mỹ
de Amerikaansch Football

đua xe đạp
dat Radfohren

quần vợt
dat Tennis

bóng rổ
de Korfball

bơi
dat Swümmen

khúc côn cầu trên băng
dat Ieshockey

đấm bốc
dat Boxen

bóng đá
de Football

cầu lông
dat Fedderball

điền kinh
de Leichtathletik

bóng ném
de Handball

trượt tuyết
dat Skilopen

polo
dat Polo

các hoạt động
de Aktivitäten

cười
lachen
nhảy
springen
ôm
ümarmen
đi bộ
gahn
ca hát
singen
mơ
drömen
cầu nguyện
beden
hôn
snuteln

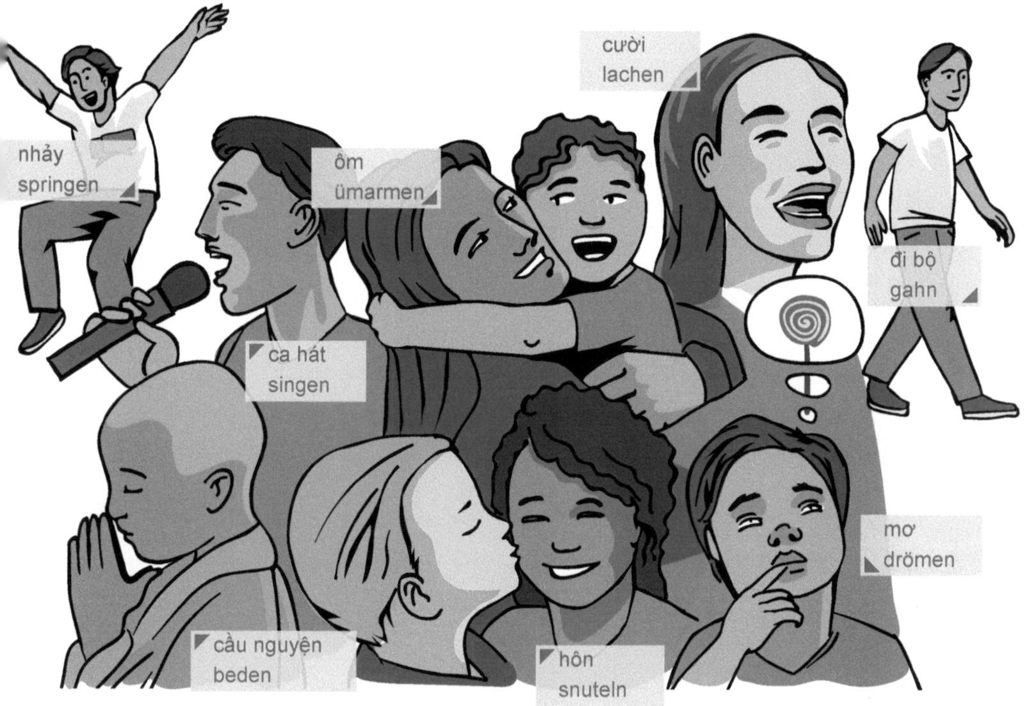

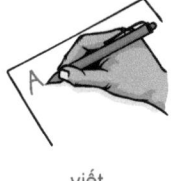

viết

schrieven

vẽ

teken

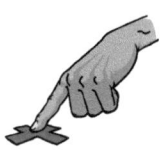

chỉ trỏ

wiesen

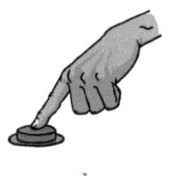

đẩy

drücken

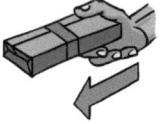

cho

geven

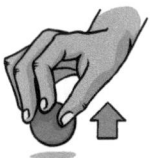

lấy đi

nehmen

có
hebben

làm
doon

thì / là
sien

đứng
stahn

chạy
lopen

kéo
trecken

ném
smieten

rơi
fallen

nằm
liggen

chờ đợi
töven

mang vác
dregen

ngồi
sitten

mặc quần áo
antrecken

ngủ
slapen

thức dậy
opwaken

xem

ankieken

khóc

wenen

vuốt ve

eien

chải

kämmen

nói chuyện

snacken

hiểu

verstahn

câu hỏi

fragen

nghe

hören

uống

drinken

ăn

eten

dọn dẹp

oprümen

yêu

leefhebben

nấu nướng

kaken

lái xe

fohren

bay

flegen

đi thuyền buồm

segeln

tính toán

reken

đọc

lesen

học

lehren

làm việc

arbeiden

cưới

de Plünnen tohoopsmieten

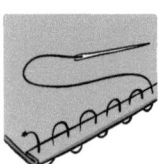

khâu vá

neihen

đánh răng

Tähnen putzen

giết

dootmaken

hút thuốc

smöken

gửi đi

schicken

gia đình

de Familje

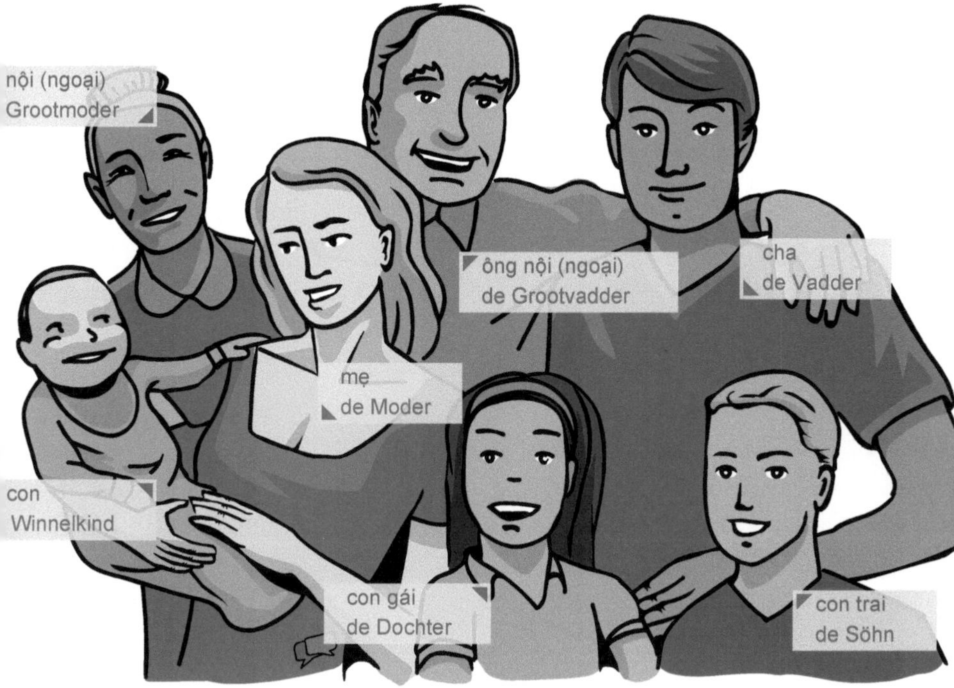

nội (ngoại)
Grootmoder
ông nội (ngoại)
de Grootvadder
cha
de Vadder
mẹ
de Moder
con
Winnelkind
con gái
de Dochter
con trai
de Söhn

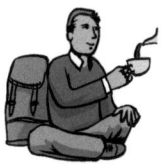

khách

de Gast

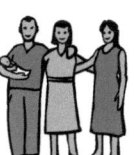

cô (dì)

de Tant

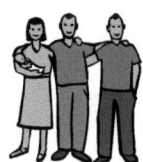

chú, bác (cậu)

de Unkel

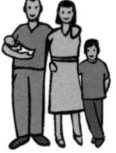

anh (em) trai

de Broder

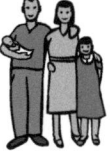

chị (em) gái

de Süster

cơ thể

de Lief

trán
de Vörkopp
mắt
dat Oog
vai
de Schuller
ngón tay
de Finger
mặt
dat Gesicht
cằm
dat Kinn
bàn tay
de Hand
chân
dat Been
ngực
de Bost
cánh tay
de Arm

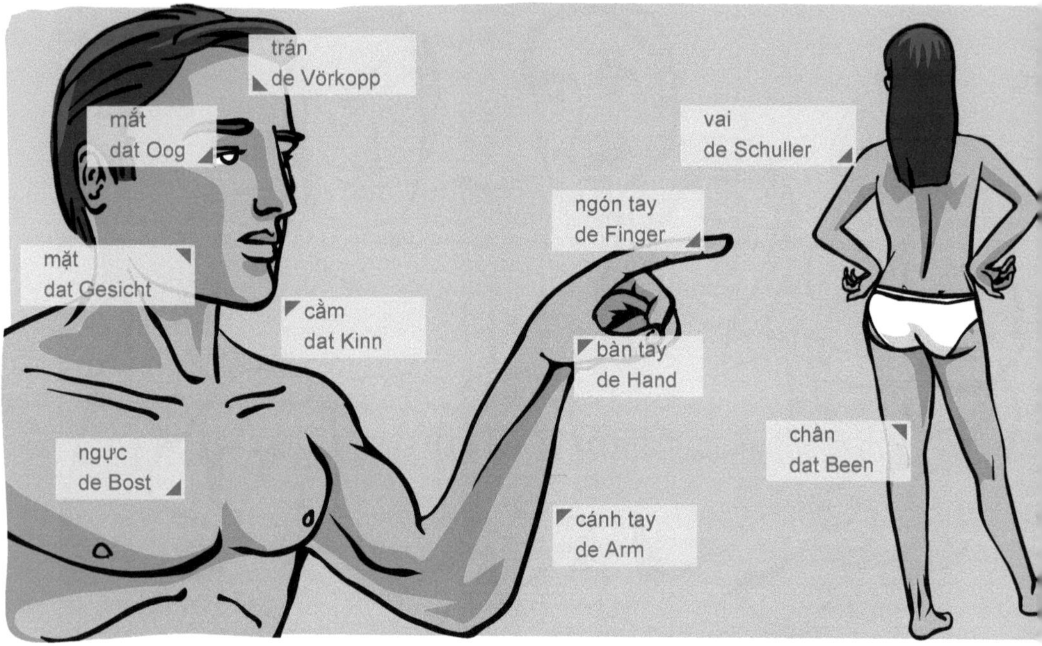

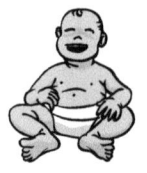

trẻ con

dat Winnelkind

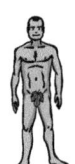

đàn ông

de Mann

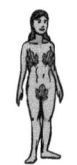

phụ nữ

de Fro

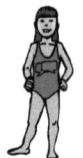

bé gái

de Deern

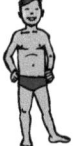

bé trai

de Jung

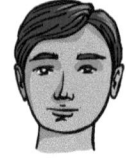

đầu

de Arm

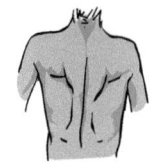

lưng
de Rüch

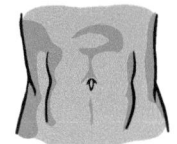

bụng
de Buuk

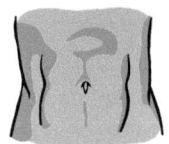

rốn
de Navel

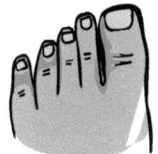

ngón chân
de Teh

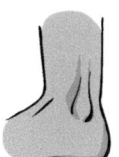

gót chân
de Hack

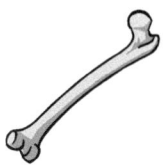

xương
de Knaken

hông
de Hüft

đầu gối
dat Knee

khuỷu tay
de Ellbagen

mũi
de Nees

mông
de Achtersen

da
de Huut

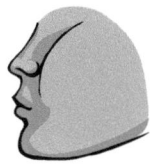

má
de Back

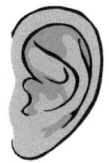

tai
dat Ohr

môi
de Lipp

miệng

de Mund

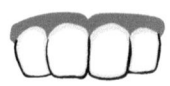

răng

de Tähn

lưỡi

de Tung

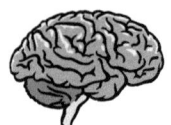

não

de Bregen

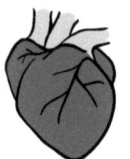

tim

dat Hart

cơ bắp

de Muskel

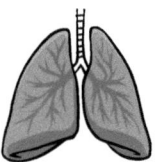

phổi

de Lung

gan

de Lever

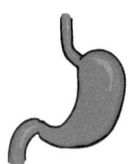

dạ dày

de Maag

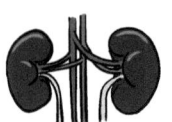

thận

de Neren

giao hợp

de Bislaap

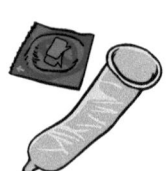

bao cao su

dat Kondoom

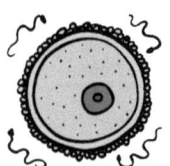

noãn

de Eizell

tinh dịch

dat Sperma

mang thai

de Anner Ümstänn

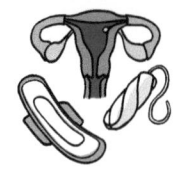

kinh nguyệt

de Menstruatschoon

âm vật

de Scheed

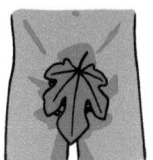

dương vật

de Pint

lông mày

de Ogenbroe

tóc

dat Hoor

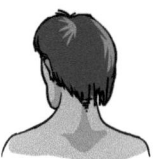

cổ

de Hals

bệnh viện
dat Krankenhuus

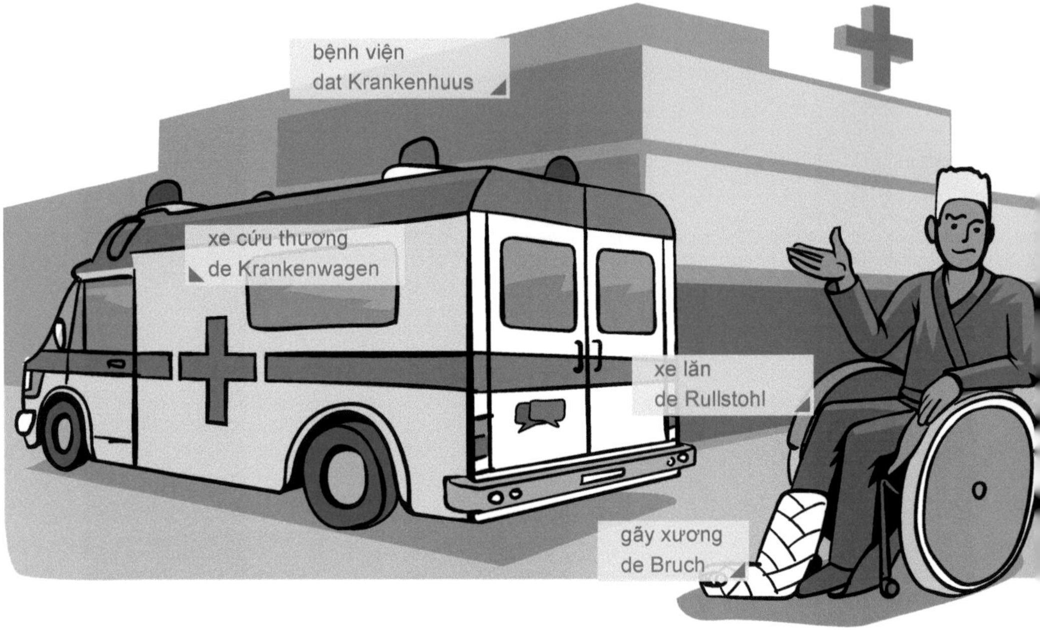

bệnh viện
dat Krankenhuus
xe cứu thương
de Krankenwagen
xe lăn
de Rullstohl
gãy xương
de Bruch

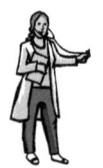

bác sĩ

de Dokter

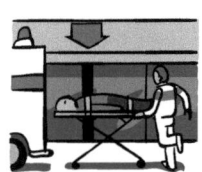

phòng cấp cứu

de Nootopnahm

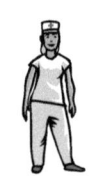

y tá

de Krankensüster

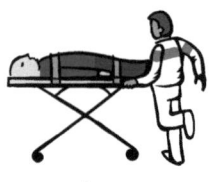

cấp cứu

de Nootfall

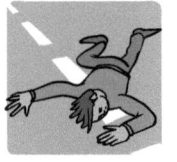

bất tỉnh

ahnmächtig

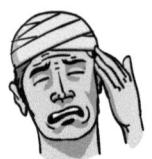

cơn đau

de Wehdaag

bị thương
de Verwunnen

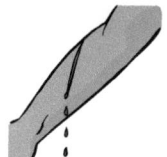

chảy máu
de Blöden

nhồi máu cơ tim
de Hartinfarkt

đột quỵ
de Slaganfall

dị ứng
de Allergie

ho
de Hoosten

sốt
dat Fever

cúm
de Gripp

tiêu chảy
de Dörchfall

đau đầu
de Koppwehdaag

ung thư
de Kreeft

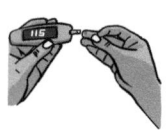

bệnh tiểu đường
de Zuckersüük

bác sĩ phẫu thuật
de Chirurg

dao mổ
dat Chirurgsch Mess

giải phẫu
de Operatschoon

chụp cắt lớp

dat CT

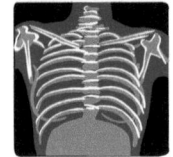

chụp x-quang

de Dörchlüchten

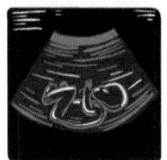

siêu âm

de Ultraschall

mặt nạ

de Mask

bệnh

de Krankheit

phòng đợi

de Töövruum

cái nạng

de Krück

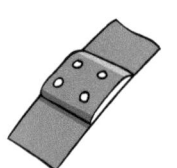

băng dán vết thương

dat Plaaster

băng bó

de Verband

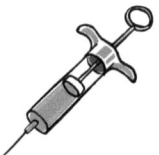

tiêm thuốc

de Insprütten

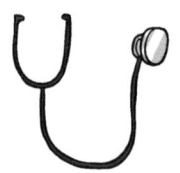

ống nghe khám bệnh

dat Stethoskop

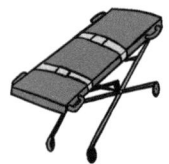

băng ca

de Draag

nhiệt kế

dat Feverthermometer

sinh đẻ

de Geboort

thừa cân

dat Övergewicht

máy trợ thính

de Höörapparat

chất khử trùng

dat Kiemfriemiddel

nhiễm trùng

de Ansteken

vi rút

de Virus

HIV / AIDS

dat HIV / AIDS

thuốc

dat Heelmiddel

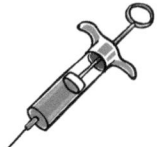

tiêm chủng

de Impen

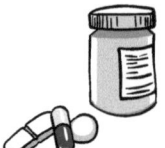

thuốc viên

de Tabletten

viên thuốc

de Pill

gọi cấp cứu

de Nootroop

máy đo huyết áp

de Blootdruck-Meter

bệnh / khỏe mạnh

krank / gesund

cứu!

Hölp!

báo động

de Alarm

cuộc đột kích

de Överfall

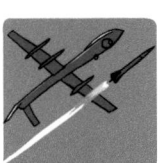

sự tấn công

de Angreep

mối nguy hiểm

de Gefohr

lối thoát hiểm

de Nootutgang

cháy!

dat Füer!

bình chữa cháy

de Füerlöscher

tai nạn

de Unfall

bộ dụng cụ sơ cứu

de Noothölpkoffer

SOS

SOS

cảnh sát

de Polizei

châu Âu

Europa

Bắc Mỹ

Noordamerika

Nam Mỹ

Süüdamerika

châu Phi

Afrika

châu Á

Asien

châu Úc

Australien

Đại Tây Dương

de Atlantik

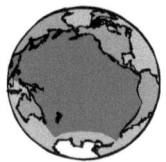

Thái Bình Dương

de Pazifik

Ấn Độ Dương

dat Indisch Weltmeer

Nam Cực Dương

at Antarktisch Weltmeer

Bắc Băng Dương

dat Arktisch Weltmeer

bắc cực

de Noordpol

nam cực
....
de Süüdpol

nam cực
....
de Antarktis

trái đất
....
de Eerd

đất liền
....
dat Land

biển
....
de See

đảo
....
dat Eiland

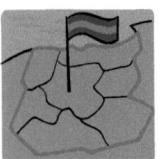

quốc gia
....
de Natschoon

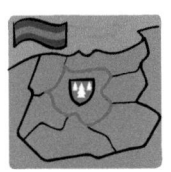

nhà nước
....
de Staat

mặt đồng hồ

dat Tallenblatt

kim chỉ giờ

de Stunnenwieser

kim chỉ phút

de Minutenwieser

kim chỉ giây

de Sekunnenwieser

Bây giờ là mấy giờ?

Wo laat is dat?

ngày

de Dag

thời gian

de Tiet

bây giờ

nu

đồng hồ điện tử

de digetaalsch Klock

phút

de Minuut

giờ

de Stunn

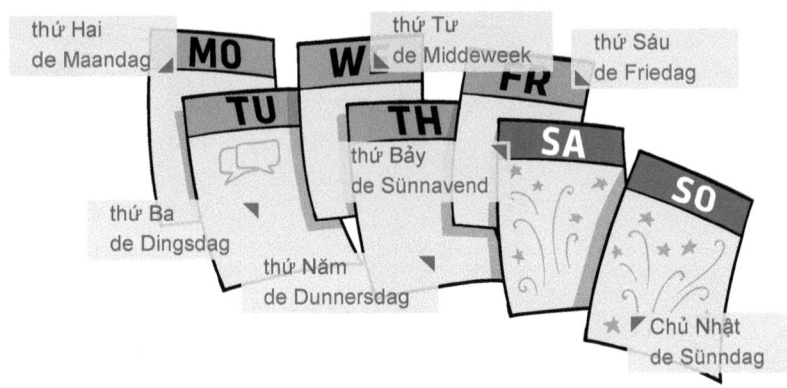

thứ Hai
de Maandag

thứ Tư
de Middeweek

thứ Sáu
de Friedag

thứ Ba
de Dingsdag

thứ Bảy
de Sünnavend

thứ Năm
de Dunnersdag

Chủ Nhật
de Sünndag

hôm qua
güstern

hôm nay
hüüt

ngày mai
morgen

buổi sáng
de Morgen

buổi trưa
de Meddag

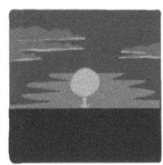

buổi tối
de Avend

MO	TU	WE	TH	FR	SA	SU
1	2	3	4	5	6	7
8	9	10	11	12	13	14
15	16	17	18	19	20	21
22	23	24	25	26	27	28
29	30	31	1	2	3	4

ngày làm việc
de Arbeitsdaag

cuối tuần
dat Wekenenn

năm

dat Johr

mưa
de Regen
cầu vồng
de Regenbagen
tuyết
de Snee
gió
de Wind
mùa xuân
dat Fröhjohr
mùa thu
de Harvst
mùa hè
de Sommer
mùa đông
de Winter

4.APRIL 11°
5.APRIL 4°
6.APRIL 13°
7.APRIL 8°
8.APRIL 10°

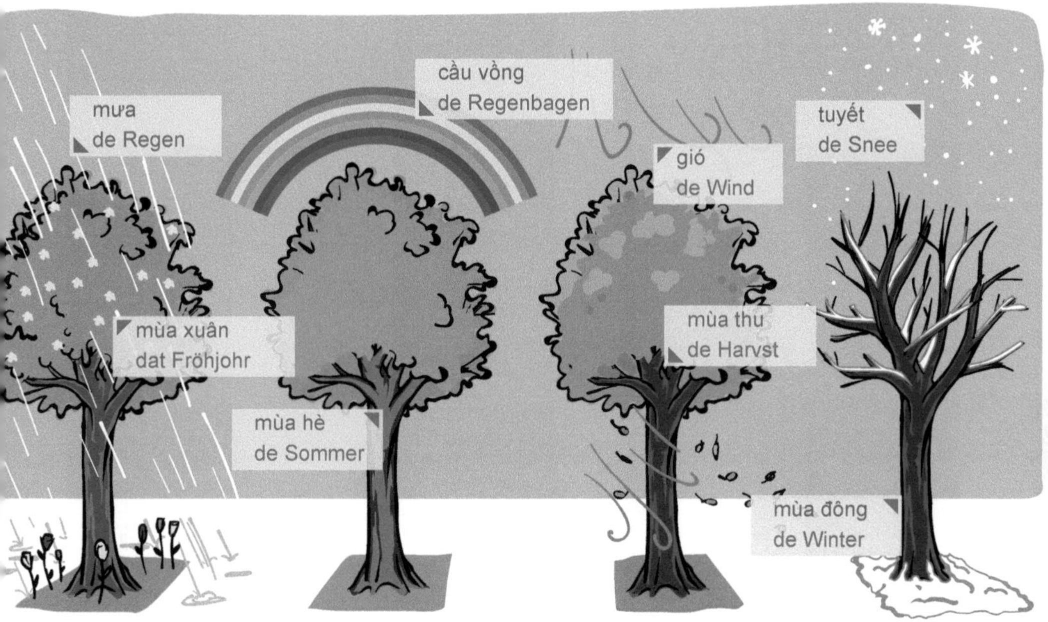

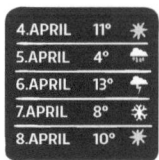

dự báo thời tiết

de Wedervörhersaag

F C
120 40
90 30
60 20
30 10
0 0
-30 -10
-20

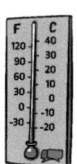

nhiệt kế

dat Thermometer

ánh nắng

de Sünnenschien

mây

de Wulk

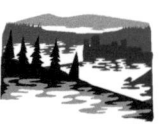

sương mù

de Nevel

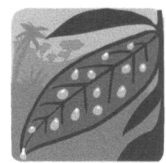

độ ẩm không khí

de Luftfuchtigkeit

tia chớp

de Blitz

sấm sét

de Dunner

cơn bão

de Storm

mưa đá

de Hagel

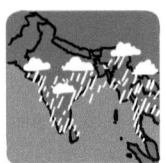

gió mùa

de Monsun

lũ lụt

de Floot

nước đá

dat Ies

tháng Một

de Januormaand

tháng Hai

de Februormaand

tháng Ba

de Martmaand

tháng Tư

de Aprilmaand

tháng Năm

de Maimaand

tháng Sáu

de Junimaand

tháng Bảy

de Julimaand

tháng Tám

de Augustmaand

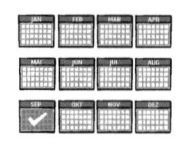

tháng Chín

de Septembermaand

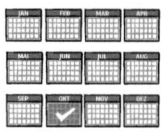

tháng Mười

de Oktobermaand

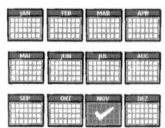

tháng Mười Một

de Novembermaand

tháng Mười Hai

de Dezembermaand

hình dạng
de Formen

hình tròn

de Krink

hình vuông

dat Quadrat

hình chữ nhật

dat Rechteck

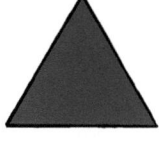

hình tam giác

dat Dreeeck

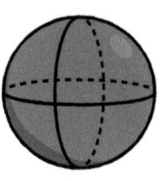

hình cầu

de Kugel

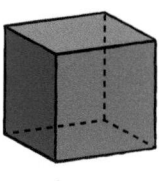

khối vuông

de Wörpel

màu sắc
de Farven

màu trắng

witt

màu vàng

geel

màu cam

orangsch

màu hồng

pink

màu đỏ

root

màu tím

lila

màu xanh dương

blau

màu xanh lá cây

gröön

màu nâu

bruun

màu xám

gries

màu đen

swart

nhiều / ít

veel / wenig

tức tối / điềm tĩnh

böös / verdreeglich

xinh đẹp / xấu xí

smuck / mies

bắt đầu / kết thúc

de Begünn / dat Enn

to / nhỏ

groot / lütt

sáng / tối

hell / düüster

nh (em) trai / chị (em) gái

de Broder / de Süster

sạch / bẩn

schier / schietig

đủ / thiếu

kumpleet / nich kumpleet

ngày / đêm

de Dag / de Nacht

chết / sống

doot / lebennig

rộng / chật hẹp

breet / small

ăn được / không ăn được

geneetbor / nich geneetbor

ác / tử tế

böös / fründlich

hào hứng / chán nản

fickerig / langwielt

béo / gầy

dick / dünn

đầu tiên / cuối cùng

toeerst / toletzt

bạn / thù

de Fründ / de Fiend

đầy / rỗng

vull / leddig

cứng / mềm

hart / week

nặng / nhẹ

swoor / licht

đói / khát

de Smacht / de Döst

bệnh / khỏe mạnh

krank / gesund

bất hợp pháp / hợp pháp

nich na't Recht / na't Recht

thông minh / ngu

klook / dummerhaftig

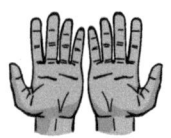

trái / phải

linkerhand / rechterhand

gần / xa

neeg / feern

mới / cũ

nieg / bruukt

không có gì cả / có cái gì đó

nix / wat

già / trẻ

oolt / jung

bật / tắc

an / ut

mở / đóng

apen / slaten

im lặng / ồn ào

lies / luut

giàu / nghèo

riek / arm

đúng / sai

richtig / verkehrt

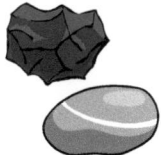

sần sùi / mịn màng

ruug / glatt

buồn / vui

trurig / glücklich

ngắn / dài

kort / lang

chậm / nhanh

suutje / flink

ẩm ướt / khô ráo

natt / dröög

ấm áp / mát mẻ

warm / köhl

chiến tranh / hòa bình

de Krieg / de Freden

0

số không
null

1

một
een

2

hai
twee

3

ba
dree

4

bốn
veer

5

năm
fief

6

sáu
söss

7

bảy
söven

8

tám
acht

9

chín
negen

10

mười
teihn

11

mười một
ölven

12
mười hai
twölf

13
mười ba
dörteihn

14
mười bốn
veerteihn

15
mười lăm
föffteihn

16
mười sáu
sössteihn

17
mười bảy
söventeihn

18
mười tám
achtteihn

19
mười chín
negenteihn

20
hai mươi
twintig

100
một trăm
hunnert

1.000
một ngàn
dusend

1.000.000
một triệu
million

các ngôn ngữ
de Spraken

tiếng Anh

dat Engelsch

tiếng Anh Mỹ

dat Amerikaansch Engelsch

tiếng Quan Thoại

dat Chineesch Mandarin

tiếng Hin-di

dat Hindi

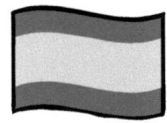

tiếng Tây Ban Nha

dat Spaansch

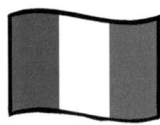

tiếng Pháp

dat Franzöösch

tiếng Ả-rập

dat Araabsch

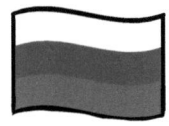

tiếng Nga

dat Rusch

tiếng Bồ Đào Nha

dat Portugiesch

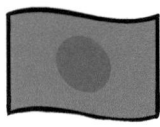

tiếng Bengal

dat Bengaalsch

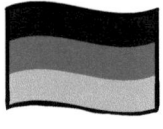

tiếng Đức

dat Düütsch

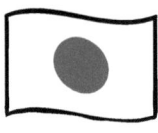

tiếng Nhật

dat Japaansch

tôi
ik

bạn
du

anh ta / cô ta / nó
he / se / dat

chúng tôi
wi

các bạn
ji

họ
se

ai?
keen?

cái gì?
wat?

như thế nào?
woans?

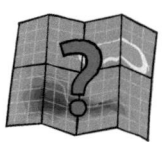

ở đâu?
woneem?

lúc nào?
wannehr?

tên
de Naam

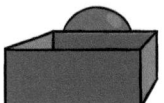

phía sau

achter

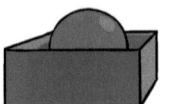

ở trong

in

phía trước

vör

phía trên

över

ở trên

op

ở dưới

ünner

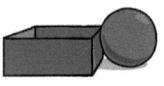

bên cạnh

blangen

ở giữa

twüschen

chỗ

de Oort